மீளாத காதல்

கவிஞர் க.சுதர்சன்

ஏலே பதிப்பகம்

மீளாத காதல்– கவிதைகள்
© கவிஞர் க.சுதர்சன்
எழுத்தாளர்: கவிஞர் க.சுதர்சன்

முதல் பதிப்பு: ஆகஸ்ட் 2021

வெளியீடு:
ஏலே பதிப்பகம்
5/175, பாத்திமா நகர்,
கூத்தென்குழி,
திருநெல்வேலி – 627104
தொடர்புக்கு: 9944992571

Meeladha Kadhal - Poetry
All Rights Reserved © Kavignar G. Sudharsan
Author: Kavignar G sudharsan
First Edition: Augest 2021

Published By:
Aelay Publish
5/175, Fathima nagar,
Kuthenkuly,
Tirunelveli -627104
Phone: 9944992571

Design And Executed by

ISBN : 978-93-5533-041-3
Page : 102

படைத்தவனும் நானே,
(அதை)
பதிப்பவனும் நானே,

எனது எழுத்துக்கள்,
தாய் மொழி என் உரிமை,
(அந்த)
தாய் தமிழுக்கு நான் அடிமை.

கவிஞன் க.சுதர்சன்

ஆசிரியர் உரை,,

கண்ணியம் நிறைந்த வெள்ளை காகித அறைக்குள்,

களங்கமில்லாத கையெழுத்தில் மை விட்ட என்
எழுத்துக்கள்,

என் எழுத்துக்கள் காகிதத்தில் சொல்லி பதித்தது
பக்கம் பக்கமாய் நிறைந்த என் படைப்புகளை,

பருவ மாற்றமா? என்று பலரும் கேட்க!, பக்குவத்தின்
மாற்றம் என என் எண்ணங்கள் பதில் அளித்ததே,

சிந்தனையின் சிறுதுளி எழுத்துக்களாய் மனதில்
பெரும் மாற்றத்தை தந்திட, கதைகளம் அமைத்து
காவியத்தில் கவிதைகள் படைக்க தொடங்கினேன்.

வாசகர்களின் ரசனைக்கேற்ப

என் கவிதை படைப்புகளை புத்தகமாக வெளியிட்ட
ஏலே பதிப்பகத்திற்கு என் மனமார்ந்த நன்றியை
தெரிவித்து கொள்கிறேன்,

என்றும் அன்புடன்
கவிஞர் க.சுதர்சன்

இயற்கையின் ரசிகன்,,

உறக்கம் தளர்ந்து கண்கள் விழித்தேன்,

காலைபொழுது செக்கசிவந்த வானம் செந்நிற
வண்ணம் எட்டி பறித்து தொட்டு பார்க்க ஆசை தூரம்
நின்று ரசித்து பார்த்தேன்,

மெல்ல சூரியன் உதிக்க சற்றெண்டு ஒரு வெளிச்சம்
என் மேல்விழ, தலை குனிந்து பார்த்தேன் என் பின்பம்
தரையினிலே,

உச்சி பொழுது நீல நிற வானம்
சூரியன் உச்சதில் உக்ரமாக காட்சியளிக்க மாலை
நேரம் எட்டிட மனதிற்கு ஆசை,

மாலை பொழுது ஜில் என்று சாரால் இலையுதிர்
காற்று, பனிபொழிவு பசுமை மேல் படர்ந்திட, அழகிய
மங்கைகள் கடந்து என்னை மயங்கடிக்க தேகம்
சிலுக்குதே தென்றலின் சுவாசத்தில்,

இரவு பொழுது இருண்ட வானம் மெல்லமாக
வெள்ளை நிற தேவதை வெண்ணிலா எட்டி பார்த்து
மௌனமாய் பேச, கண்கள் குளிர்ந்து பிரம்மித்து
போனேன் பிரம்மனின் படைப்பில் இயற்கையின்
அழகை கண்டு.

கர்வம் கொண்ட காதலி,,

கர்வம் கொண்டவளே,, அழகிய பெண் மயிலே !,
என் ஆசை நாயகியே ஆர்பரிக்கும் இமைகளை
கொண்ட அதிசய பேரொளியே,

காதல் ஆசையை என்னுள் விதைத்தவளே உன்
கர்வம் கொண்டு என்னை அடக்கி ஆள
நினைத்தவளே,

கண் இமைகளை கொண்டு எனை கடத்தி
சென்றவளே நீ என் எதிரில் நிற்க்கும் நேரம் மொத்த
பிரபஞ்சமே அழகு இல்லையோ?

உன்னை ரசிக்க ஒரு ஜென்மம் போதாது என்னவளே
உன்னோடு நான் வாழ மறு ஜென்மமும் பிறப்பாயா ?

காதலின் தவிப்பு,,

அடியே அடியே என்னை கொல்லாதே என் கண்முன்
கண்முன் வந்து நிற்க்காதே,

அழகே அழகே மொத்த பேரழகே நீதான் நீதான்
எந்தன் தேவதையே,

தென்றல் வீசிடும் நேரம், என் கண்கள் பார்க்குதே
தூரம், நீ நெருங்கி வருகிற நேரம் ,நான் நொருங்கி
போகிறேன் ஏனோ?

நீ என்னை கடந்து செல்கின்ற நேரம் என் கண்கள்
பார்குதே உன்னை, என்னை கண்டுகொள்ளாமல்
போகிறாய் ஏனோ காதலே காதலே,

உன் பின்னாலே வருகிறேன் நானும் ,உன்
பார்வையொன்று போதுமே, என்னை ஏற்று
கொள்ளடி பெண்ணே உனக்காகவே வாழ்வேனே,

அடியே அடியே என்னை கொல்லாதே, அழகே அழகே
உன் பின்னால் வரும் என்னை கண்டு
மொறைக்காதே.

அவள் மேல் காதல்,,

அழகே பெண் அழகே, நீ ஏங்கே பிறந்தாயோ?

உயிரே என் உயிரே நீ எனக்காக பிறந்தாயோ?

உனை பார்க்கதான் நினைக்கிறேன் இங்கு ஏக்கத்தில் தவிக்கிறேன்,

உனை பார்க்கையில் நான் மிதக்கிறேன் உனது பக்கத்தில் இருக்க நினைக்கிறேன் தருவாயா வரமொன்று என் வாழ்க்கையை வாழதான்,

என் கனவு நிஜமாக்க நீதான் வரவேணும் என் வாழ்க்கை முழுவதும் உன்னோடு மட்டுமே வாழவேணும்

நீ என்னவள் என்று நினைத்து ஒரு ஒரு நொடியும் தனிமையில் உன் நினைவில் வாழ்கிறேன்,

நீ எனக்கு கிடைத்தாலே போதும் உன் அருகில் உன்னோடு மட்டுமே காலமெல்லாம் நான் வாழ்வேனே,

பெண்ணே என் உயிரே நீ எங்கே நீ எங்கே, நான் உனக்காக தான் தனிமையில் இங்கே.

என் இனியவளே,,
உனக்கு ஒரு கவிதை,,

என் செக்கசிவந்த அழகி முத்து பல்லழகி உன் சிரிப்பு
சத்தம் என் சிந்தனையை சிதைக்குதடி,,

கருவிழி காந்த கண்ணழகி சிவந்த கன்னகுழி அழகி,
உன் பார்வையின் தாக்கம் என்னை படுத்தி
எடுக்குதடி,

சிவந்த மேனியழகி சிங்கார பேரழகி உன்
மெல்லடையின் அழகில் என் இருதயம் உருகுதடி,

உன் இஞ்சி இடுப்பழகு உன் இடைக்கு மேல் என்
கண்கள் கண்டது உன் மொத்த பேரழகு,

அழகியே நீ உடுத்திய உடையை என் கைகளால்
மடித்துவைத்தேன் ,அது உன் மேனியை உரசி
இருந்ததால்,

கற்றாரோடு உன் கூந்தல் கதை பேச காதோர
லோலாக்கு கவிபேசுதடி ,

என்னவளே என் பக்கம் வா மொத்தமாக வா உன்னை
காலமெல்லாம் தூக்கி சுமப்பேன் என் இரு கரங்களில்
காதல் முத்தோடு.

உன் தோல் மீது,,
நான் சாய்ந்து,,

என் பெண்ணே உன் தோல் மீது ஒரு ஓரமாக
சாயந்திடவா ? உன் கைவிரல் கொண்டு கோதிடதான்
என் தலைமுடி காற்றில் கலைந்ததே,

இந்த ஜென்மம் ஒன்று போதுமே ,உன் மடியின் மீது
நான் மயங்கிடதான் ஆயுள் முழுவதும் வாழ்வேனே,
ஒரு குழந்தை போல் உன் மடியில் தவழ்வேனே,

உன் இதழ்கள் கொண்டு நீ பேசயில், காதல் வீசும்
காற்றோடு கலந்திட   உன் கூந்தலாய் என்னை
தீண்டியதே

போகும் தூரமெல்லாம் என் கைகள் கொண்டு உன்
கையோடு கோர்த்திட தூரம் கடந்த பின்னாலே
பிரிவொன்று இல்லாமல் காதல் கொண்டு
காலமெல்லாம் வாழ்ந்திடலாம்.

பூக்களின் காதல்,,
அழகு மங்கையின் மேல்,,

அழகிய மங்கையின் மேல் பூக்களின் காதல்,

நீ வரும் நீ வரும் நேரத்தில் பூ மழை பூ மழை
பொழுந்திட,

விண்ணில் நீ வரும் நேரம் மட்டும் வெறும் பூக்களாய்
பூக்களாய் மலருதடி,

பூ மழை மண்ணில் பொழுந்திட ,உன் பாதம் அதன்
மேல் பதிந்திட , அந்த பூக்களுக்குள் காதல் மலருதடி,

பெண்ணே உன் அழகிய கூந்தலை கண்டதும்
பூக்களுக்குள் ஆசை மலருதே, காதலில் வாடாமல்
உன் கூந்தலில் சூடிட,

அழகிய மங்கையே ஒட்டு மொத்த பிரபஞ்சமும்
பிரம்மித்து போனதடி உன் பேரழகை கண்டு,

பூக்களுக்கு மட்டும் என்ன விதி விலக்கா தன் காதலை
மறைத்து வைக்க? பூ மழையாய் பொழிந்து தன்
மங்கையின் மனதை மருகடிக்குதே.

வாலிப தேடல்,,

சின்ன சின்ன செல்ல செல்ல வார்த்தைகளால்
என்னை கொன்றவளே,

என்ன என்ன செய்வேனடி நீதானே மனதில் ஆழமாக
நின்றவளே,

நீ பேசி பேசி சிரிக்கையில் என்னை நான் மறந்து
போனேனே, நீ முத்தமொன்று கொடுக்கையில்
உன்னுள் முழுசாய் மூழ்கி போனேனே,

உன் வாடை காற்றுபட்டதும் நான் என் வாலிபத்தை
தொலைத்தேனே, நான் வசந்தம் கண்ட
நேரம்மெல்லாம் நீ என் அருகில் இருக்கும் போது
தானே

என் மனதை திருடி போனவளே , கொஞ்சம் திரும்பி
என்னை பாரடி என் கண்கள் சொல்லும் காதலை.

பிரபஞ்சத்தின் பேரழகி,,

ஒட்டுமொத்த பிரபஞ்சத்தின் அதிசய அழகாய் என்
கண்முன்னே வந்தாயே கண்டதும் மனதிற்குள்
ஏதேதோ செய்ததே ,

பேரழகு பெண்ணிலவே உன் இமை அசைவில் என்னை
கட்டி இழுத்தாய் , உனை கடக்கதான் நினைத்தாலும்
உன் கண்கள் வழியே காதலை கடத்தி வந்தாயே,

நீ என்னை நெருங்கும் நேரமெல்லாம் உன் கண்கள்
காதல் மொழி பேசிட என் இதழ்கள் மௌனம்
கொள்ளுதடி ,

என் வாழ்கையில் வரமாக நீ வந்தாய் ,விலகாமல் நீ
இருந்தால் வாழ்வேனே இந்த பிரபஞ்தில் உன்னுடன்
மட்டுமே.

தொலைதூர பயணம்,,

என்னோடு வா பெண்ணே என் கூட வா கண்ணே
உன்னை தூரமாய் நான் கூட்டி போகிறேன், உன்னை
மட்டும் காதல் செய்கிறேன்,

பெண்ணே என் கைகளில் உனை தூக்கி சுமந்து நாம்
காதலை தேடி செல்கிறேன், தனிமையில் நாம் காதல்
செய்வோமா?

உன்னை தனிமையில் நான் காதல் செய்யும்
நேரம்,உன் இதழ் முத்த சாரலில் நான் நினைக்கிறேன்,
உன் மோக தேக தீண்டலில் நான் உலர்கிறேன்,

என்னவளே என்னோடு இரு எனக்காக இரு
காலமெல்லாம் தனிமையில் காதலுடன் வாழ்வோம்
,இதழ்கள் முத்ததோடு.

வசந்தம் கண்ட வாலிபம்,,

உன் கரு விழிகள் காதல் கொண்டு கடத்தி வருதே
உன் கண்களின் வழியே ,

உன்னை கடக்க முடியாமல் என் கால்கள்
தடுமாறியதே உன் விழிகள் வசிகரத்தில்,

என்ன செய்வேன் வீசும் தென்றலை விலைக்கு வாங்கி
உன் சுவாசத்தோடு கலந்து உன் உள்ளத்தோடு
உறவாடிடவா?

இல்லை என் கைவிரல் கொண்டு விளையாடிய
சேலையை உன் மேனியில் உடுத்தி உன் தாபத்தோடு
கலந்தாடிடவா?

அழகு சிங்கார பூ மயிலே விரல் சீண்டாத பெண்
அழகே! உன் சிரிப்பினால் என் சிந்தனை
சிதைக்காதே, எனை தீண்டிட உணர்வை தூண்டாதே,

அவள் மட்டுமே அழகு,,

அவளே அழகே எந்தன் உயிரே நிஜம் தானே அவள்
என் நிழல் தானே,

கனவிலும் அவளே கண் எதிரிலும் அவளே என்
நினைவிலும் புகுந்து என் மனதை மொத்தமாய்
களவாடி சென்றவளே,

தினம் தினம் பார்த்தேன் கண்ணாடியில் எந்தன்
முகத்தை புது பொழிவொன்று தெரிந்ததே அவள்
மேல் கொண்ட அலாதிய காதலினால்

நிஜமும் அவளே.. என் நிழலும் அவளே.. எந்தன்
உயிரே.. அவளே அழகே,

காதல் சொல்லதான் எந்தன் மனம் தடுமாறியதே
அவள் அழகு கண்கள் பேசும் ஜாடையில், அவளிடம்
காதலை சொல்ல மறந்ததே,

அவள் கண் ஜாடை கண்டாலே போதும், என் கால்கள்
அவள் பின்னாலே போகும்,

அவள் நடை அழகை என்னவென்று நான் சொல்வேன்
அவள் கண்களை திரும்பி பார் என்று கேட்பேன்,

அவளோ அழகே எந்தன் உயிரே நிஜம் தானே அவள்
என் நிழல் தானே.

தோல் சாய ஒரு தோழி,,

அன்பிற்குரிய குணம் கொண்ட ஆருயிர் தோழி,
அழகு குணம் கொண்ட நான் கண்ட அதிசய தோழி,
மெல்ல பேசும் மெல்லிசை குரல் கொண்டவளே,

அன்பினால் மட்டுமே இவ்வுலகை ஆள
நினைப்பவளே,
உன் தொடர் பேச்சால் என் மனத்திற்கு இன்பம்
தந்தவளே,

அழகு நதி நீர் ஓடையில் துள்ளி விளையாடும் மீன்
போல,

உன் அழகு குடும்ப நீர் வீழ்ச்சியில் செல்லமாய்
துள்ளி விளையாடும் மீனா நீ,

காலையில் உதிக்கும் உக்கர சூரியனா நீ? இல்லையே
உன் கோபத்தை நான் கண்டதில்லையே,

உன் புன்னகையை கண்ட எனக்கு ஒருவேளை மாலை
உதிக்கும் அழகு வெள்ளை நிற வெண்ணிலா நீ,

கள்ளமகபடம் இல்லாத உன் அன்பினால் என் மனதில்
ஒரு ஓரமாக வருடிய கைகாரி நீ,

உனது பேரழகை கண்டதும் வெட்கபடுதே என்
ஆண்மையின் அகங்காரம்.

என் தாயி என் சாமி,,

எனை படைத்த தெய்வமும் நீயே, எனக்கான
இன்பமும் நீயே,அது தானே எந்தன் தாயே அம்மா
அம்மா

உனக்கான இன்பத்தை தொலைத்தாய் ,எனக்கான
இன்பத்தை தந்தாய் ,எனைதானே நாள் பொழுதும்
சுமந்தாய் நீயே அம்மா,

நீயின்றி நானில்லை இவ்வுலகில் எனக்கென
யாருமில்லை, நீ மட்டுமே எனதருகில் இருந்தாலே
போதும் எந்நாளும் நான் வாழ்வேனே அம்மா அம்மா,

என்னை பெற்றெடுத்த தெய்வமே ,முத்துமணி
ரத்தினமே ,உன்னோடு பாசத்திற்கு ஏங்கி நின்றேன்
,உன்னை காணாமல் நானும் இங்கு தவித்து நின்றேன்,

உணவின்றி நான் இருந்தால் உன் உள்ளம் ஒரு நொடி
தாங்காதே என்னை மட்டுமே நினைத்து நினைத்து நீ
அங்கு ஏங்கி நிற்கயில், உன் உள்ளம் தவிப்பை கண்டு
கண்ணீரில் நான் இங்கே,

எப்போது நான் வருவேன் என்று நீ காத்திருக்க,
என்னவென்று சொல்வேன் அம்மா, எப்போது நான்
வருவேன் என்று உன் சந்தோசத்தை நேரில் காண,

தாய் என்ற உறவு மட்டுமே தன்னலம் இல்லாத
அன்பின் கடல்......

முதல் நாயகன்,,

தார்மீக அன்பு கொண்ட தலைசிறந்த மகான் தந்தை,
என் மதிப்பிற்குரியவரே என் வாழ்க்கைக்கு அர்த்தம்
தந்தவரே,

என் இன்பத்திற்க்காக வாழ்ந்தவரே! உன் இன்பத்தை
காலமெல்லாம்   அர்பணித்தவரே,

தரையில் தவழ்ந்த என்னை நடக்க
கற்றுகொடுத்தவரே, என் வாழ்க்கை லட்சியத்தை
அடைய காலமெல்லாம் இரு கரங்கள் நீட்டியவரே,

தியாக உள்ளம் கொண்டவரே தன் சுற்றார்
ஆசைக்காக தினம்தோறும் தன் உழைப்பினால்
இரத்த வியர்வை சிந்துபவரே,

அன்பில் ஒரு வீர குணம் கொண்டவரே, நான் முதல்
கண்ட என் ஆசை நாயகரே,

காலமெல்லாம் ஓடி ஓடி உழைத்தவரே,
உன்க்காக ஒரு நாளும் நீ ஓய்ந்ததில்லை, உன் ஆசை
தொலைத்து எனக்கு இனபம் கொடுத்தவரே! உனக்கு
நிகர் இவ்வுலகில் யார் உண்டு,

இவ்வுலகில் ஆசையும் பாசமும் பலவிதம், அதில்
தந்தையின் பாசம் மட்டுமே மறைமுகம்,

தன்னம்பிக்கைக்கு மறு உருவம் , தந்தையின்
வார்த்தை மட்டுமே.

தங்கையின் தாய் உள்ளம்,,

தாய்கொடி உயிரே, அன்னையின்
அன்பிற்கு நிகர் உயிரே,

என்னுடன் பிறந்தவளே நம் அன்னைக்கு
மறு உருவம் கொண்டவளே,

என் அன்பிற்குரியவளே, என்னிடம் மட்டுமே
உரிமைகோரி சண்டையிடும் போர் குணம்
கொண்டவளே,

என்னிடம் பல முறை கோபம் கொள்பவளே, பத்து
நிமிடத்தில் அதையெல்லாம் மறந்து அன்பை
பொழிபவளே,

எனக்கு அன்னைக்கு நிகரான அன்பை தந்தவளே
உனக்கு நான் தந்தைக்கு நிகரான அன்பை தந்தேனா
?

நமக்கு இடயில் சின்ன சண்டை செல்ல கோபம்
,அளவில்லா அன்பு மனதில் மறைத்த பாசம்
என்னாலும் மாறாதே ,என்றுமே நீதானே நம்
இல்லத்தின் இளவரசி,

உனக்கு ஒரு நல் நிகழ்வு விரைவில் நான் நடத்திட
,அந்த நிகழ்வில் உன் அருகில் நான் நிற்க்க என்
நெஞ்சமெல்லாம் நிறைந்திடுமே,

நீ செல்லும் மறுவீடு உன் அன்பில் செழித்து நிற்க்க நீ
வாழ்ந்த நம் வீடு உன் நினைவுகளை சுமந்து ,உன்
அன்பிற்கு ஏங்கி நிற்க்குமே ,

எந்நாளும் நன்றாக நீ வாழ காலமெல்லாம், உன்
அருகில் நான் நிற்பேன் என்றுமே உன் உடன்
பிறப்பாக,

அன்னைக்கு நிகர் அன்பு இவ்வுலகில் தங்கை
மட்டுமே...

தங்க மகள்,,

பூவான பூவே ...பூமகள் தேனே..என் வீட்டு தேவதையே,

எங்கள் செல்லமே நீதானே தங்கமே நீதானே எங்கள் உலகமும் நீதானே,

சின்ன தாரிகையே நீ தங்க பூ மயிலே அழகே ஆராரோ ஆரீராரோ.....

பூவான பூவே பூமகள் தேனே..என் வீட்டு தேவதையே,

நீ தவழும் நேரத்தில் உன் புன்னகை கண்டதும் என் நெஞ்சோரம் சந்தோஷம் வந்தாடுதே,

நீ நடக்கும் போதெல்லாம் என் கைவிரல் பிடித்தாயே கண்களில் ஆனந்த கண்ணீரும் வழிந்தோடுதே,

செல்ல மகளே.. தங்க மயிலே .. ஓடோடி ஓடி வா தந்தை தோழ் மீது சாய வா,

ஆராரோ ஆரா ரீராரோ ...ஆராரோ ஆரா ரீராரோ ...ரா ரீ ரா ரீ ராரீராரோ...

அழகே எந்தன் மகளே என் கன்னத்தில் முத்தம் மிட வா தந்தை திமிரை அடக்கிட வா

பூவான பூவே ...பூவான பூவே...என் வீட்டு தேவதையே.

கருவிழி காதல்,,

உன் கருவிழியில் காதலை கடத்தி,

என் உயிர் நாடி துடிப்பில் அடைத்து விடு,

என்றாவது ஒரு நாள் என் உயிர் பிரியும் வேளையில்,

உன் கருவிழி காதல் என் வாழ் காலத்தை நீட்டிக்கும்.

கண் எதிரே அவள்,,

கரு மேக இமைகள் கொண்டு மெளன மொழியில் நீ
இசைக்க,

உன் இசையோடு நகர்ந்து நகர்ந்து நீ என்னை கடந்து
செல்ல,

அந்நொடியில் நான் நகராமல் நின்று ரசிப்பேன்
உந்தன் நகரவை எந்தன் விழிகளால்,

நீ இசைக்காத நேரம் தானே ,நான் அருகில் வந்து
உந்தன் இதழை ருசிக்க,

உன் மெளனம் என்னோடு, என் பேச்சு அதனோடு
ஒன்றாக கலந்தாடி காதலோடு கவி இசைபாடி,

ஒன்றாக சேர்வோமா? இம்மண்ணில் வாழ்வோமா?
காலமெல்லாம் தீண்டலில் உறவாடி.

உறக்கத்தை உடைத்தாளே,,

கனவிலே என் கனவிலே வந்தவள் நீதானா?
நினைவிலும் என் நிஜத்திலும் வர நினைப்பவள்
நீதானா?

நிலா போல பெண்ணா நீ? இரவில் வந்தாயே என்
கனவில் புகுந்து என் உறக்கத்தை உடைத்தாயே,

பெண்ணே பெண்ணே கனவில் காதல் கொண்டேன்
உன்மேல் தானா நான் காதல் கொண்டேன்?

நெருங்காதே நெருங்காதே என் கனவில் மட்டும் நீ
நெருங்காதே, கண்கள் விழித்து நான் வருகையில் என்
கண்முன்னே வா பெண்ணே,

கனவில்.. உன் கண்கள் கண்டால் போதும் கவிதை
வருகுதே,உன் இதழ் அசைவில் என் மனம் இடிந்தே
போகுதே,

பெண்ணே நீ பெண்தானா? இல்லை அதிசய
தேவதையா? என்னோடு நீ இருந்தால் நான்
வாழ்வேன் நிம்மதியா,

முத்த சாரலில்,,
வெட்க தாபம்,,

அவள் கன்னத்தில் முத்தமிட, என் முக தாடி சீண்டலில்
அவள் சிணுங்கி சத்தமிட,

கண் அழகு சேட்டைகாரி அழகிய இதழ்கள் கொண்ட
இம்சைகாரி,

நீ கண்ணாடி பார்த்து நிறக்க , கண்டாங்கி சேலை
கட்டி உன் கட்டழகை நான் ரசிக்க, கண்மூடி
கிடந்தேனே கனவின் உச்ச தாபமும் நீ தானே .

அவள் விழிகள்,,

உன்னை பார்க்கும் போதெல்லாம் உன் விழி பேசும்
காதல்,

விழி பேசிய காதலில் வினா தேடிய உன் இதழ்கள்,

இதழ் பெற்ற வினா விடை கண்ட உன் வெட்கம்,

வெட்கம் கொண்ட உன் இதழ் உமிழ் நீர் பகிர்ந்திட
என் இதழ் மேல் விழுந்த பின்.

(மொத்தமாய்)
தகர்ந்ததே ஆண்மையின் அகங்காரம்.

குழல் இசை,,

குழல் ஊதும் மங்கையே உன் குயில் இசை
கேட்கதான் என் குணம் மறந்து வந்தேனே,

ஒரு முறை இசைத்து காட்டு உன் இதழ் அசைவில்
நான் இன்பத்தில் விழுவேனே,

இசைக்க மட்டும் மறுக்காதே, என் இன்பத்தை
இடப்பட்டு நிறுத்தாதே.

வாலிப வசந்தம்,,

கருவிழி காதலி எனை பார் பைங்கிளி,

உன் இதழ் மட்டும் கொடுத்திடு! உன் இமை மூட
மறுத்திடு,

என் இதழ் கொண்டு நான் ருசிக்கிறேன் இரு இமை
கொண்டு நான் உனை அணைக்கிறேன்,

என் கை கோர்த்து நெருங்கி வா உன் இடை முன்னே
நகர்த்தி வா,

என் விரல் பட நினைக்கையில் உன் இடை மடிப்பு
சிவக்குதே,

உன் வெட்கம் கொள்ளை போகையில், இரு மேனி
தேக சீண்டலில் என் மோக கோல் உன் நடுவினில்
விளையாடுதே.

இன்ப உலா,,

இரவு நேர இளமை காற்று, தென்றலாய் வீசி, என்
சுவாசத்தில் தீண்டி உன் வாசத்தால்
மருகுதே,

அறைக்குள் ஆயிரம் ஓசை அதில் இரு சுவாசத்தின்
ஓசையோ சூடேறி அறை முழுவதும் நெருக்கமாய்
சுத்தி திரியுதே!

நீண்ட ஆசையும், விலக தவிர்க்கும் இரு இன்ப
சுவாசமும், ஆனந்தம் கொள்ள அறை முழுவதும்
இருள் ஆளுமை கொள்ளுதே,

இன்ப உலா இருளில் இரு முனையில் தொடங்க, ஒரு
முனையோ ஆனந்த சுகத்தில் தழும்பி தத்தளிக்க,
எதிர் முனையோ சங்கட சுகத்தில் சஞ்சரிக்குதே,
இன்ப படைப்பே அது தானே!

பெண்மையின் பேரழகு,,

புன்னகையின் பேரழகியே வாடிய பூக்கள் கூட உன்
வாசம் பட்டதும் வசந்தம் காணுதே,

நீ புன்னகைக்கும் போதெல்லாம் உன் இரு அழகிய
இதழ்கள் விலகல் கொள்ளையில், அதில் பேரின்பம்
கொண்டதே உன் முத்து பற்கள்,

இரவிற்கு வெளிச்சம் தரும் வெண்மை நிலவா நீ?
உன்னை பார்க்கும் போதெல்லாம் உன் தாக்கம்
நிறைந்த என் மனம் வெட்கம் கொண்டதே,

உன் இதழ் மச்சத்தை என் இரு இமை பார்க்கையில்
அதில் என் இதழ் இணைத்திட மனம் இரு நெருக்கம்
தேடுதே,

உன் இஞ்சு இடையினில் விரல்கள் விளையாட
துடிக்குதே! அதில் காதல் கலந்த காம வீரியம்
விளைந்து கிடக்குதே.
புன்னகைக்கு நீ!
காதலுக்கு நான்!
காமத்தில் நாம்!

அவள் மோகத்தில் நான்,,

எனை பார்க்கும் உன் இமைகள்,

உன் தேன் சொட்டும் அழகிய இதழ்கள்,

நான் நுகர்ந்த சுவாசத்தில், கலந்ததே உன் மேனியின்
வாசம்,

அமிர்தம் வடியும் உன் ரகசிய அங்கத்தில், இதழ்
வருடிட உச்ச இன்பம் எட்டுதே,

ஒரு கரம் அணைக்க மறு கரம் உன் இடையை இறுக்க
சிவந்ததே உன் சந்தன மேனி.
வெட்கத்தில் நீ!
தாபத்தில் நான்
உச்சத்தில் நாம்!

மறுக்காத இமைகள்,,

இரு இமைகளையும் இம்மி அளவு கூட இமைக்க
மறுக்காதே,

கருவிழியில் காந்தம் வைத்து கவர்ந்து இழுத்து
கட்டுபடுத்தாதே,

உன் காதோர கூந்தல் கவி பேசிட, என் விரல் கொண்டு
விலக்கி உன் கன்னம் சிவக்க என் இதழ் பேசுதே,

உன் இதழ் மட்டும் ஏன் மிஞ்சி தயக்கம் கொள்ளுதே?
என் முக தாடி உரசிட ஏங்கி நிற்குதோ?

அழகின் அதிசயம் நீ! வெட்கம் கொண்டு அங்கம்
தந்திடு, முத்தம் தந்து முழுமை கொள்கிறேன்.

அழகிய நிலவே,,

என் வெண்ணிலா நீ எங்கே கார்மேகங்கள் உனை
சூழுதே!

பகல் நேரத்தில் சூரியன் உன்னை மறைத்து வைக்க
மாலை நேர மழை
பொழிவு என் மனதை கொல்லுதே,

தொலைதூரத்தில் உதிக்கும் என் பெண்ணிலா உனை
காணதான்
நாள்பொழுதும் காத்திருக்கிறேன் மறைந்து நின்று
ஏன் மனதிற்கு
ரணம் தருகின்றாய்,

என் பெண்ணிலா நீதானே என் தேவதை உன்னை
தட்டி பறித்து தழுவி அணைக்க என் தேகம் மருகுதே
பக்கம் வாடி என் பதுமைநிலாவே,

காலமெல்லாம் காத்திருப்பேன் பெண்ணிலா நீ
உதிக்கும் வரை
என் இமைகள் உறங்காமல் என் பார்வை உன்னை
நோக்கி.

மழை சாரலாய் அவள்,,

மழைத்துளி மழைத்துளி மழை சாரலாய் வீசுதே,

மனதினில் என் மனதினில் ஏதோ மாற்றங்கள் அவள்
காதலால் பேசுதே,

ஆசைகள் ஆயிரம் இரு மனதினில் தோன்றுதே மழை
சாரலில் இருள் சூழ்ந்து இருவர் இடைவெளியை
குறைக்குதே,

நாவிழிகள் பேசதான் விளக்கின் வெளிச்சம் மிஞ்சி
இருக்க, நாவிதழ்கள் கொஞ்சிட நாவிழிகள் பேச
மறுத்து இருளிடம் தஞ்சமடைந்ததே,

இருவர் நெருக்கம் கொள்ள நான்கு சுவர்கள் கதவை
அடைத்து நாகரிகம் கொண்டிட, நடுவே இருவரின்
இன்ப உலா இந்திரலோகத்தையே மிஞ்சியதே.

அவள் கண்களின் காதல்,,

உன் இமைகளால் ஒரு நொடி இமைக்க மறுக்காதே,

உன் கருவிழியில் காதலை கட்டுபடுத்த
நினைக்காதே,

உன் கோபம் வெளிக்காட்டுதடி உன் காதலின்
உச்சத்தை,
மறவாமல் இதழ் மலர்ந்து,
புன்னகைத்திடு
கண் எதிரே உன் காதல்.

பூவோடு சேர்ந்த,,
பெண்ணோட வாசம்,,

பூவோடு வாசம் காற்றோடு கலந்து கதைபாடி வருதே,

மெல்ல அடியெடுத்து மெல்லிசை தென்றலோடு
மேனியை குலுக்கி என்னை கடந்து சென்றவளே,

அடியே நீ சிரித்து சிரித்து என்னை சிதறடித்தாய் என்
சிந்தனையெல்லாம் சீரழித்தாய்

உன் அழகை ரசித்து ஆண் நாணம் கொண்டு
கற்பனைகள் பல கண்டேன்,

உன் இமைகள் மேல் என் இதழ்கள் பதித்திட ,இன்ப
மோகத்தை உன் சுவாசத்தோடு நுகர்ந்தேனே,

காதலோடு உன் மோக முத்தம் என் கன்னத்தின் மேல்
பதிந்ததும் என் கற்பனையெல்லாம் கலைந்து
போனதே,

காதலும் காத்திருத்தலும் மனதோடு கலந்து கவி
பேசுதே தனிமையில்.

ஏற்பாயா எனதழகி,,

காதலொன்று வந்ததே என்னை கவிஞன் ஆக்கி
விட்டதே ! கன்னி உந்தன் காதலை என்னுளே நான்
உணர்தேனே,

சேலையொன்று உடுத்தி கையில் திபம் ஒன்று
ஏந்தி,கன்னி அவள் என் கண்முன்னே வந்தாள்
காதலை தான் கடத்தி வந்தாள்,

கண்களை உருட்டி உருட்டி பாக்குறா! என் மனதை
புரட்டி புரட்டி எடுக்குறா !காதலை சொல்லவிடாமல்
அவள் கண்களால் என்னை மிரட்டுரா !

பித்து புடிச்சி அலைந்தேனே கன்னி மனதை
அடைந்திட, என் காதலை சுமந்து கிட்டு அவள்
பின்னாலே திரிஞ்சேனே,

கடைசியிலே என் காதலுக்கு என்னதான் நடக்குமோ ?
கன்னி மனமோ என் காதலை தான் ஏற்குமோ ?

மழையோடு காதல் மயில்,,

மாலை மழை பொழிவில், மங்கை மயில்
நினைந்தாடிட அதனோடு மன்னன் மயில் தோகை
விரித்தாடுதே,

அழகியல் வெட்கம் அதில் விளையாடுதே இரு மனம்
இணைந்து அதில் உறவாடுதே,

காதல் கொண்டதோ களவாடிட தானோ? வெட்கம்
கொண்ட மங்கையின் மடியில் மன்றாடிட தானோ?,

களவாட காரணம் தேகத்தின்   மேல் வெப்பத்தின்
தூண்டலா?   இல்லை குளிர் தணுப்பின் சாரலின்
சீண்டலா?

மங்கையின் ஏக்கம்,,
கண்ணனை காண,,

மாலைபொழுதில் மங்கையோ தலை நிறைய
மல்லிகை சூடி காத்திருந்தால் கண்ணனின்
வருகையை நோக்கி,

கண்ணனோ இருள் சூழ்ந்த பின்பே மங்கையை
கண்டான்,

மங்கையின் மனதில் ஆயிரம் ஏக்கம் கண்ணனின்
வார்த்தை மங்கையே நீ தொட்டில் ஆட்டிட
வேண்டாமா ?

பொழுது நேரம் உகந்த நேரம் அல்ல ,இருள் நேரம்
இணையும் நேரம் என்றான்.

பெண்மையின் தாக்கம்,,

பூவின் மேல் வரும் வாசம் என் பெண்ணின் மேல் என்
சுவாசம்,

பூவே வெண்பூவே உன் வாசம் எங்கே? உன் வாசம்
தீண்டிட என் சுவாசம் அங்கே,

தேனே பெண் மலர் தேனே உன் சுவாசம் எங்கே ? உன்
சுவாசம் கலந்திட என் தேகம் அங்கே,

மானே பெண் மானே உன் பார்வை எங்கே ? உன்
பார்வைகள் என் மேல் பட உன் எதிரே நான் அங்கே,

பாவை பெண் பாவை உன் அழகிய கூந்தல் எங்கே ?
உன் கூந்தலை வருடிட உன் அருகில் நான் அங்கே,

மயிலே பெண் மயிலே உன் கை விரல்கள் எங்கே ?
உன் கை விரல் கோர்த்திட என் விரல்கள் அங்கே,

குயிலே பெண் குயிலே உன் தேன் இதழ்கள் எங்கே ?
உன் தேன் இதழ்கள் சுவைத்திட என் இதழ்கள் அங்கே,

உன் இரு தேன் இதழ்கள் அழியாத சுவடுகளாக
காலமெல்லாம் என் கன்னத்தின் மேல் பதிந்திட
பக்கம் வாருவாயா காதல் முத்தமொன்று தருவாயா.

அவளின் வருகை,,

நீ வரும் நேரம் என் நெஞ்சோரம் ஏதோ மாற்றம்
வந்ததே,

நீ என் அருகில் இருக்கையில் காதலின் தாபம் என்
மனதை தலைகீழாக புரட்டியதே,

நீ பேசும் வார்த்தை எனக்கான போதை உன் மேல்
வைத்த காதலால் தடுமாறி போனேனே,

எனக்காக வந்தவளா நீ? என் பேரழகி பெண் பூவாக
பூத்தவளே எனதழகி,

பெண் பூவோட வாசம் வந்து வீசும் காற்றோடு காதல்
கதைபேசி தென்றலாய் மாறி என் தேகதின் மேல்
வீசியதே

அழகே பேரழகே நீ வாழ்நாள் முழுவதும் என் பக்கம்
இருந்தாலே போதும்

இருவரும் தனிமையில் காதல் கொண்டு வாழ்ந்திட
உனக்காக புதிய காதல் பிரபஞ்சத்தையே
படைப்பேனே எனது உயிரே .

கன்னகுழி காதல்,,

கண் இமைக்கும் நேரத்தில் கரைபுரண்டோடும்
காதல்,

பட படவென துடிக்கும் இதயம் பரிதவிக்கும் மோக
தாபம்,

செவி ஓரம் அவள் சிரிப்பின் ஓசை மூளைக்குள்
பம்பரமாய் சுழலும்,

பல் வரிசை பளபளக்க, அவள் இதழ் வறும்பில்
வியர்வை துளிகள் மையம் கொள்ளுதே வெட்கத்தில்
இதழ்கள் வறும்பை மீறாமல்,

அவள் கரு கூந்தல் காற்றோடு அசைந்து, காதல் குறு
செய்தியை என் மனதிற்கு கடத்திட,

அவள் விழி அசைவிற்கு காதோர லோலாக்கு காதல்
கதை சொல்லி என் மனதை அவள் கன்னகுழியில்
புதைத்து வைக்குதே!
கண்களுக்கு விருந்தோ?
அவள் கன்னகுழி காதல்!

கள்ளியின் களவாடல்,,

மதுரம் பருகி மல்லிகை மணத்தை சுவாசிக்க, மாலை
பொழுதில் மன்னவன் போகிறான் மங்கையை தேடி,

பேசி முடித்தால் பேரின்பத்தோடு கட்டி விடுவேன்
கள்ளி அவளை என மன்னவன் மனதில் மலைபோல்
ஆசை ,

காரிகை கள்ளி காத்திருந்தால் மன்னவன்
வருகையின் வாசத்தை உணர்ந்து, மல்லிகை சூடி
மணமணக்க,

மன்னவன் வந்தான் மங்கையை கண்டான்,
நாவிழிகள் மௌன மொழியில் பேசியதே வெளிச்சம்
மட்டும் இடையுறு கொள்ள

இரு இமைகளை மூடி இருளை பிடித்தான், அமிர்தம்
அருந்தியதும் மல்லிகை உதிர்ந்தது விடியல்
வேண்டாம் விசால இருளே போதும் என்றான்,
மாற்றான் தோட்டத்து மல்லிகை வாசமோ?

அவளின் அழகு..

கருப்பு நிறத்தழகி காந்த கண்ணழகி கார்மேக
கூந்தல் அழகி,

தென்றல் வீசையில் உன் கூந்தல் எனை தீண்டையில்,
தேகம் சிலுக்குதடி உன் இமை அசைவில் காதோர
லோலாக்கு கதையொன்று சொல்லுதடி,

பூ மேனி கொண்டவளே புன்னகைக்கு பேர்
போனவளே நீ பேசி சிரிக்கையில் பிரபஞ்சமே
மௌனம் கொள்ளுதடி,

தேன் இதழ் கொண்டவளே நீ மௌனம் மட்டும்
கொள்ளாதே, மனம் உடைந்தது போவேனே.

கண்ணனின் வருகை,,

கங்கை நதியோரம் மங்கை காத்திருக்க ,கண்ணன்
குழல் ஊதி காரமேங்களை அழைத்து வர,

மாலை மழை பொழிவில் கங்கை புரண்டோடிட
தென்றல் காற்றில் கண்ணன் குழல் ஓசை
,மங்கையின் மனதில் இசைக்குதோ?

கங்கை வற்றாமல் மங்கையின் கண்ணீரில், கங்கை
கரையோரம் மங்கை காத்திருந்தால் கண்ணன்
வருகை நோக்கி,

கண்கள் சிவந்து கண்ணீர் வழிய.

தித்திக்கும்,,
பெண்ணொளி,,

பெண்ணொளி அவள் பேசும் வாய்மொழி என்றுமே
அழகு தான்,

தேன் சுவை என்றுமே திகட்டாது, அது போல பெண்
வாய்மொழி சுவையும் திகட்டாது,

சற்று கரகரப்பாக இருந்தாலும் கூட கவர்ந்து
இழுக்கும் காந்த மொழி பெண்ணொளி அவள் பேசும்
வாய்மொழி,

தித்திக்கும் இதழ் அமிர்தம்.

இருளோடு அவள்,,

நாவிதழ்களின் கண்ணீர் பேசியதே இரு உயிர் இன்ப
உலா காணும் வேளையிலே,

இருள் நிறைந்து இருக்க! வெளிச்சம் மறைந்து இருக்க
இரு உயிர் இணைய துடிக்குதே இடையுறு இல்லா
இன்பம் காண,

வெட்கத்தின் பார்வையில் தொடங்கிய யுத்தம்,
இடைவெளி இல்லா இன்பத்தின் போர்கள
சத்தத்துடன் முடிய இரு உயிர் முயங்குதல் செய்யுதே!,

கண்ணீரின் இருப்பிடம் கண்களிலில் மட்டும் தானா?
இடைவெளி மறுத்த இரு மேனியின் வியர்வை
துளிகள்.

காதல் நதியே,,

நதியே நதியே காதல் நதியே என்னை கடந்து
போகாதே ,உன் சிரிப்பை காட்டி என்னை கொன்று
போகாதே,

உன் கண்கள் என்றும் பொய்கள் பேசாதே அதில் உன்
காதலை மறைத்து உன் பின்னால் என்னை
அலையவிடாதே,

உன் கண்கள் மீறிய உன் மௌனம் காதல் பேசி என்
எதிரே வருகுதே,

உன் கண்கள் என்னை கைது செய்து உன் மன
சிறையில் அடைத்ததே,

உன்னுள் பேசும் எந்தன் காதலை உன் கண்கள்
காட்டுதே, உன் இதழ்கள் மட்டும் காதல் சொல்ல
மறுத்து வெட்கம் கொண்டதே,

நதியே நதியே காதல் நதியே என்னை கடந்து
போகுதே, காதலை அவள் கண்கள் வழி சொல்லி
அவளுடன் என்னை கூட்டிபோகுதே.

முத்தம்,,

ஒரு பெண்ணிற்கு நண்பனாக இருந்தால் என் ஆசை
முத்தம் அவள் நெற்றியின் மேல்,

காதலனாக இருந்தால் என் ஆசை முத்தம் அவள்
கன்னத்தின் மேல்,

அதே கணவனாக இருந்தால் என் ஆசை முத்தம் அவள்
இதழ்களின் மேல்,
முத்தம் காமம் அல்ல பாலினம் மீறிய காதல்.
முரண்.

இன்பத்தில் இரு மேனி,,

கண் எதிரே என் காதல் வந்ததே என்னுள்ளே ஏதேதோ
மாற்றம் தந்ததே,

அடியே அழகே இப்படி சிரிச்சி சிரிச்சி எனை கடந்து
போகாதே உன் அழகிய கூந்தலை ஒதுக்கி என்னை
ஒரு ஓரமாய் தள்ளிவிட்டு போகாதே ,

என் அருகில் நீ வருகையில் வீசாத தென்றல் வீசுதே
உன் சுவாச காற்று என் மௌனத்தை தூண்டுதே
அதில் உச்ச தாபத்தை தேடுதே,

உன் இமைகளால் பேசி இதழ்களால் என்னை
உரசாதே, என் இமைகள் அதை மறுக்காதே என்
இதழ்கள் உன் மேனியில் இசைக்காமால்
தவிர்க்காதே ,

காதலே காதலே என் நெஞ்சோரம் நீதானே என்றும்
நீங்காத உன் காதல் இசை நான் தானே.

இரு மோக காதல்,,

உன் கன்னத்தில் என் கைவிரல் கொண்டு
விளையாடிட,

உன் இதழோடு இன்பம் கொண்டு உச்ச தாபத்தில்
கலந்தாடிட,

தனிமையில் இணைவோமா இருவரும் இருள்
பொழுதில்,

இன்ப மோகம் முடியும் வரை , பகல் பொழுது நான்கு
சுவர் கொண்ட நம் அறையின் மேல் படரும் வரை.

முறை மாமன்,,

அடியே அழகே அழுகு மயிலே நீ கிட்ட வந்து
போகாதடி என் தேகத்தை தீண்டாதடி...

நீ தேகத்தை தீண்டயில் மனதில் எதோ மோகத்தை
தூண்டுதடி,

அடியே ரதியே அழகு சிலையே இடுப்பை குலுக்கி
குலுக்கி நடக்காதடி, என் மனதை அதில் கட்டி நீயும்
இழுக்காதடி,

கண்டாங்கி சேலை கட்டி சீவி சிங்காரிச்சி என்
முன்னால் வந்து நிக்காதடி,

என்னை உன் முந்தானையில் முடிந்து வைத்து உன்
இடுப்பில் சோருக நினைக்காதடி,

உன் மனதை கொஞ்சம் திறந்து காட்டடி மாமனதான்
அதில் வைத்து பூட்டடி, மல்லிக பூ வாங்கி வாரேன்
மாமனோட மல்லுகட்டி பாரடி,.

தேக தூணடல்,,

இடையின் மேல் பால் அமிர்தம் வடிய, என் இதழ்கள்
கொண்டு பால் ருசித்திட தான்,

தேகம் சூடேறி தென்றல் விசிட இரு மேனி இணைந்து
நள்ளிரவில் உறவாடி நற்பகலும் தொடர்வோமா.

இருவரின் நெருக்கம்,,

அவள் கார்மேக கூந்தல் கலைந்தாடுதே வீசும்
தென்றல் காற்றில்,

அவள் தேன் இதழை வருடி ருசித்திட கார்குழல்
வண்டு காத்திருக்க,

இதழ் மீதி எச்சலை விழுங்கும் நேரம் அவள்
தொண்டை குழியில் என் இதழ்கள் பதிக்க,

நெருக்கத்தில் அவள் உச்ச மோகம் உரசுதே என்
மார்பின் மேலே, இரு உணர்வுகள் விளையாடுதே
தனிமையின் தாகத்தில்.

காதலில் காமம்,,

நீங்காத ரிங்காரம் நீ பேசும் இதழ் அசைவில்,

நீ தானே என் ராகம் நான் மெட்டுமமைக்கும் காதல் இசையில்,

உன் இடையின் நடுவினில் என் விரல்கள் இசைத்திட ,

இரு இதழ்கள் மெல்லிய சத்ததால் இன்ப இசையில் உச்ச மோகம் காணுதே.

நீங்காத ரிங்காரம் நீ பேசும் இதழ் அசைவில்,

நீ தானே என் ராகம் நான் மெட்டுமமைக்கும் காதல் இசையில்,

நீளுமா இரவு,,

என் உயிரே நீதானே எனக்கான மொத்த உலகமும்
நீதானே,

அழகே நீதானே என் ஆண்மை அடக்கி ஆள்பவளும்
நீதானே,

அழகே நீ அருகில் இருக்கையில், பகலை இருள்
ஆக்கி, கொஞ்சி விளையாட கொஞ்ச நேரம் ஒதுக்கிடு
நெஞ்சம் துடிக்குதே உனை நெருங்க நினைக்குதே,

இரு தேகம் சூடேற தேன்கனி நித்திரையை
தகர்த்தெறிய, தாகம் தீர்க்கதான், தனிமையின்
ராகம், உச்ச மோகத்தில் இசைக்குதே,

வாடாபூ வசந்தம் கண்டதும் காலை பொழுதை
நோக்கி காத்திருக்க, ஆண்மையின் தாக்கம் இருள்
பொழுதை நீட்ட நின்னைக்குதே.

காதல் ஏக்கம்,,

உயிர்றொன்று போராடுதே உன்னை சேரவே
மௌனம் மட்டும் தனிமையில் இங்கு திண்டாடுதே,

நெஞ்சோரம் உன் ஞாபகம் மட்டும் இங்கு
நினைவாடுதே, கண்கள் முழுவதும் கண்ணீரால்
காதல் கொள்ளுதே,

மனதிற்குள் ஆயிரம் வலிகள் வந்தாடுதே உன் காதல்
மட்டும் என்னுள்ளே கரைபுரண்டோதே,

கதைப்போமா ? தொலைதூர காதலோடு காலம்
மட்டும் கை கூடட்டும் காமம் மீஞ்சிட காதல் கொண்டு
கலந்தாடுவோம்.

என்னவளின் நாள்,,

பிறந்தாளே இந்நாளில் என் தேவதை நீ உலகம்
மிஞ்சிய ஓர் உறவு, எனக்கு ஈடு இணையில்லா
இன்பம் தர போகின்ற வாழ்நாள் இணை உறவு ,

உனக்கென நான் இருக்கேன், உன் தகப்பன்
எண்ணுக்கு இணையாய் உன்னை வாழவைப்பேன்,

இந்நாளில் உன் அருகில் இருந்து உனக்கு
முத்தம்மிட்டு வாழ்த்து சொல்ல ஆசை எனக்கு,

தொலைவோ என்னை தடுத்து நிறுத்தி உன் அருகில்
வர அனுமதிக்கவில்லை ,

விரைவில் வருகின்றேன் உன் உடன் சேர நமக்கான
ஆயிரம் வாழ்த்துக்கள் பெற்று வாழ்க்கையை
தொடரலாம்,

என் அன்பு வாழ்த்துகளை என் எழுத்துக்கள் மூலம்
உனக்கு சமர்ப்பிக்கிறேன்.

காத்திருந்தால் அவள்,,

உன் பார்வைக்கு பத்து மாதம் நான் காத்திருக்க
பைத்தியம் புடிகுதே ,தலைக்கு வைத்த தலகாணி
ஈரம் ஆகுதே,

ஓடி வர நான் நினைத்தேன், நீ இருக்கும் தொலைவோ
என்னை நொண்டி மரம் போல கால் முடக்கி
படுக்கையில் வைத்ததே,

காத்து காத்து காலங்கள் கழிந்ததே கன்னியின் இமை
முழுவதும் கண்ணீராய் வடியுதே,

கதைப்போமா நாள்பொழுதும் கண்ணீரோடு காலம்
விரைவில் கரையும் கதை சொல்கிறேன் உன்
காதோரம் என் காதலோடு .

என்னவனின் வருகை,,

மாட புறா மங்கை கூந்தலில் மல்லிகை சூடி மஞ்சள்
நிற அடை உடுத்தி மன்னன் மனதை மயங்கடிக்க,

மங்கையின் ஆசை மன்னன் கையால் ஒரு முழ
மஞ்சள் கயிறை அவள் கழித்தில் ஏற்றிட,

மங்கையோ காத்திருந்தால் கையில் மஞ்சள்
கயிறுடன் பெண்மையின் முழு நாணம் கொண்டு.

நெஞ்சம் நிறைந்தவள்,,

நினைத்து நினைத்து பார்த்தேன் நீ விலகி விலகி
சென்றாய், என் காதல் கண்ணீர் ஆனதே,

நெருங்கி வர நினைத்தேன் நீ தொலைவை எட்டி
பிடித்தாய் வலியை என்னுள் விதைத்து ஏனோ!
என்னை மறுக்கிறாய்?

உன் மேல் காதல் கொண்டது ஏனோ? என் கண்கள்
கண்ணீர் கண்டிடதானோ?

கண்ணிகள் உதிரம் சிந்த என்னுள் வலியை கொடுத்து
என்னை தனிமைக்கு பிடிக்க செய்தவள் நீ,

உனக்கு என்னை எப்போது பிடிக்கும் என்று
சொல்வாய் ?

காத்திருகின்றேன் கண்களில் உதிரம் வற்றும் வரை
உன் நினைவினிலே .

காதல் போர்களம்,,

உன் சுவாசம் காற்றோடு வந்து என் காதில் காதல்
சொல்ல என்னுள் ஏதோ செய்ததே,

உன் காதல் என்னுள் ஏதோ செய்திட என் மனமோ
இந்த உலகத்தையே மறந்ததே,

என் காதலை காற்றின் வழியே உன் சுவாசத்தில்
கலந்து உன்னுள் கடத்திடவா?

இல்லையெனில் மௌன மொழியில் உன் கண்கள்
வழியே என் காதலை கடத்தி உன் மனதை
அடைந்திடவா ?

நம் காதல் இரு சுவாசத்தில் கலந்தாடி இரு மனதோடு
உறவாடிட வாழ்வோமா? இவ்வுலகில் காலமெல்லாம்
இரு கரம் கோர்த்து.

வதைக்காதே,,

உன்னை எதிர்பார்த்து நான் உன் நினைவினில்
தவிக்கிறேன் கண்மணி வந்துவிடு என் தனிமையை
தகர்த்துவிடு,

நீ என் கண்ணில் படும் நேரம் , உன் சிரிப்பினை
காண ! கண்ணே வந்துவிடு, என் முன்னே தோன்றி
விடு, என் உயிரோடு கலந்திடு,

உன் நினைவுகள் என்னை வதைக்குதே ,தனிமை என்
மனதை சிதைக்குதே, என் மனமே வந்துவிடு என்
மரணத்தை நிறுத்திவிடு.

தீண்ட தீண்ட,,

தென்றலோடு பூ வாசம் வர அதனோடு என் சுவாசம் சேர!,

இரு சுவாசம் கலந்தாடிட, இரு மேனி இருள் பொழுதில் ஒன்றாடுதே,

பெண்ணே பெண்ணே என்னை தீண்டாதே, நீ தீண்ட தீண்ட நான் உன்னுள் வீழ்வேனே,

பிரம்மன் படைத்தான் அதிசயம் பெண் இடையினிலே எச்சலால் உச்சியில் ருசித்திட ,மிச்ச மோகமும் உச்சதில் மேலோங்குதே,

உலர்ந்த மேனி,,

சின்ன சின்ன சாரல் காற்றில் ,தேகம் உலர்ந்து
தென்றலலோடு தேன்கனி வருகிறாள்,

மெல்ல மெல்ல அடியெடுத்து , மேனி குலுங்க குலுங்க
மெல்லிசையோடு எனை கடக்கையில் திக்கத்து
போனேனே தென்றலின் வாசத்தில்,

ஈர கூந்தலோடு உலர்ந்த மேனியோடு என் அருகில்
வருகையில் கை விரல்கள் விளையாட நினைக்குதே
மோகத்தின் உச்சத்தில் மெல்லிசை சத்ததோடு,

சிவந்த மேனியில் இதழ் கொண்டு ருசிக்கையில்
இறுக்கி அனைத்ததும் இரு மோக உச்சத்தை இரு
மேனி உணர்ந்திட, காலமெல்லாம் காத்திருந்தேன்
கன்னி உந்தன் நெருக்கத்திற்காக.

மௌன மொழியில்,,
அவள் கண்கள் பேசும் காதல்,,

அவளும் நானும் அழகிய பொழுதும், இசையினில்
தானே இணைந்ததே இரு மனமும்,

அவள் பேசாத மௌனம், நான் இசைக்கின்ற
ராகத்தில் கால்கள் அசைந்தாடிட அவள் கண்
பேசுதே..

அவள் கண் பேசும் போது , நான் மௌனமாய்
நின்றால் அவள் முகம் நாணத்தில் வழிந்தோடுதே,

அவள் வருகின்ற நேரம், அவள் கால் கொலுசு ஓசை ,
இசையாக மாறி என் செவி ஓரம் ஒலிக்குதே,

மௌனமே மௌனமே... கண்களால் பேசும் என் காதல்
மௌனமே.

ராசாத்தி என் ராசாத்தி,,

கண்ணே என் காதலியே என் உயிர் தாரிகயே,
நெஞ்சே.. நிலவொளியே என் வன பூ தேவதையே,

நீ நடந்து போகையில் கடல் அலை ஓசையும்
ஓய்ந்ததடி நீ எனை கடந்து போகையில் என் கண்கள்
இரண்டும் உன் கனா காணுதடி

என் ராசாத்தி என் ராசாத்தி.. நான் உன் ராசாவா?
பதில் சொல்லடி?

எங்கிருந்து வந்தாய் நீ,என் மனதை ஏனோ திருடி
சென்றாய் நீ,

அது காதல் காதல் என்று கதறுதடி உன் கண்கள்
கண்டதும் மனதில் காதல் பூ மலருதடி,

உன் நெற்றி உச்சு வகுடில் என் ஒரு விரல் தொட்டிட
ஆசை சம்மதிப்பாயா?
என் வாழ்வோடு நீ.

அவள் இமை பேசும் காதல்,,

அழகிய காதலே இரவினில் வருகிறாய் என்
கனவினில் கலந்திட்டாய் என் கண்கள் மூடிடதான்
மறுக்குதே,

காலையில் விழித்ததும் கண் எதிரே நீதானே காதலே
காதலே உன் இமைகள் கூட பேசுதே என்னிடம்,

நாம் கைகள் கோர்த்து ஒன்றாக செல்வோம்
உலகத்தை அளந்து நம் காதலில் வாழ்வோம்,

உன் இதழோர சிரிப்பை கண்டாலே போதும் என்
கண்களில் கண்ணீர் தானக விலகும்,

மாயாவி நீ மாயாவி நீ என் மனதோடு கலந்திட்ட
காதல் மணி மகுடம் நீ.

என் அறையின் ஆளுமை,,

கண்ணாடி காதலே என் முண்ணாடி வந்தாய்
உன்னுள்ளே நான் என் காதலை கண்டேனே,

என் காதலை நான் உன் மேல் பிரதிபலிக்க, என்
காதலின் ஆழம் நீ உணர்ந்தாயடி,

உன்னை கையோடு கூட்டி கொண்டு போவேன், என்
தனிமை அறையில் உன்னை மாட்டி தினமும்
காலையில் காதல் செய்வேனே,

அழகியே பேரழகியே என் அறை முழுவதும் ஆளும்
என் காதல் அரக்கியே,

உன் சிரிப்பில் என் அறை முழுவதும் காதல் ஓசை
இசையாய் ஒலிக்குதே நீ செல்லமாய் என்னை உன்
அருகில் அழைக்கையில் என் காதல் முழுமையாக
வெட்கம் கொள்ளுதே,

தினமும் மீண்டும் மீண்டும் உன்னை பார்க்க
தோணுதே, உன் முழுமை அன்பை எனக்கு மட்டுமே
சொந்தம் என ஏற்க்க தோணுதே,

என் பிம்பத்தை அழகாய் காட்ட, உன் மேனி
முழுவதும் பாதரசம் பூசி கொண்ட என் தனிமையின்
காதலியே,
என் கண்ணாடியின் காதல்.

விடியாத இரவு,,

விடியாத இரவு அவள் பேசில் தானே, கலையாத
காதல் அவள் கண்ணில் தானே,

என் கண்ணம்மா, காதல் சொல்லமா உன் அருகில்
நானமா,

நீ பேசும் வார்த்தைகள் என் நெஞ்சில் பாய உன் இதழ்
அசைவில் என் நெஞ்சம் சாய,

கண்ணம்மா என் காதல் கண்ணம்மா சொல்லமா நீ
காதல் சொல்லமா,

உன் இதழ் சொல்ல மறுத்தாலும்.. உன் விழி சொல்ல
மறுக்காது உன் வெட்கம் தானே என் காதல் தீபம்,

சொல்லடி உன் காதலை விடியாத இரவுக்கு உயிர்
தந்திட நாவிதழ்கள் சேர்ந்து இன்பம் கண்டிட,

காதல் மல்லிகை வாசம் மண மணக்க மன்மத
சித்தம் தக தகக்க இரு மேனி உரசி மினு மினுக்க,

மெல்லிசை சதத்தில் இருள் மௌன மோகம்
கொண்டதே விடியாத இரவில் உன் காதலுடன்.

அழகியல் அவமானம்,,

முந்தைய காதல்?

இரு கைகள் கோர்த்து, நான்கு கால்கள் நடந்து
போகும் நந்தவன பாதை பயணம்,

இன்றைய காதல்?

இரு மோக களவாடல் மேனி தூண்டி, தேகம் ஆசை தீர
வாய்மொழி தென்றல் வீசி துரோக பாதையில்
பயணம்.

களவாடிய பொழுது,,

சேலை உடுத்திய செங்கனியே செந்தமிழ் வடியும்
தேன் இதழ் கொண்டவளே,

அழகிய அடுக்கு மேனி பேரழகே நீ உடுத்திய சேலை
என் முகத்தில் தீண்டி என் உள்ளதை உரசிட ஆசை,

கட்டழகு சேட்டைகாரி உன் புன்னகையில் பூ மழை
பொழியுதடி அதை கண்டதும் உன்னை களவாட
தோணுதடி.

வசந்தம் காணும்,,
வைபோக நாள்,,

அழகே பேரழகே அதிசய பெண் மயிலே, நீ பூவாக
பூத்திருக்க உன் புன்னகையை நான் பார்த்து ரசிக்க,

பெண் பூ வாடாமல் காத்திருந்து, என் கண்முன்னே
வந்து நிற்க, வைபோக நாள் குறித்து வசந்தம்
காணதான்,

வைகாசி பிறக்கட்டும் கண்டாங்கி சேலை வாங்கி
தட்டு நிறைய பழம் வைத்து பரிசம் போடதான் ஊர்
படைதிரட்டி வாரேனம்மா.

தீண்டலில் உறவாடி,,

என் சித்திரையே செங்கனியே செந்தமிழ்
தேன்கனியே பக்கம் வா பால்நிலவே,

நாள்பொழுதும் நித்திரைக்கு நீ வருகையில் என்
சித்தமெல்லாம் சீர்குலைந்ததே,

இதழ் மேல் இதழ் வைத்து உன் முகதிரையை மூடிட
உன் மூச்சு காற்றை சுவாசித்து, நள்ளிரவில் உறவாடி
நற்பகலில் நீராடிடலாம் .

தாகதீரல்,,

அழகியின் வாசம் தென்றலோடு வீசிட
காலைபொழுதில் ஈர கூந்தலோடு என் முன் வந்தாயே
பெண்ணே,

ஆறடி இடத்தில் என் தனிமையின் தாகத்தை தீர்க்க
வந்தவள் நீதானே என் கண்ணே,

இரு தேகம் சேரத்தான் ஒளி தீபம் அனைத்திட நீ என்
அருகில் நெருங்கிட, என் இமை மூடாமல் இருள்
சூழ்ந்ததே உச்ச தாபத்தில்.

மெல்லிசை தென்றல்,,

காதல் கவிபேசி கதைபாடி ராகமாய் இசைபாடிட
இசையின் மெல்லிய ஓசை அவள் விரல்கள் மேல்
விளையாடிட,

பெண்ணுடன் காதலையும் இசையையும்
இணைத்தானே ஆண்டவன் எதற்காக?

மௌன மொழியில் மெல்லிசை மெட்டோடு
ஆண்மையை அடக்கும் பெண்மையுடன் உச்சத்தில்
உறவாடிட தானோ?

நிழல் கூட நெருங்காதா,,

இரு நிழல் கூட நெருங்கும் நேரம் வருமா வருமா
விரைவில்?

நெருக்கம் தான் தளர்ந்த பின்பு பூவாசம் வீசுமா என்
நிழல் மேல் நிழல் மேல்?

உன் சுவாசம் காற்றோடு ,என் சுவாசம் நீரோடு
ஒன்றாக கலந்து உச்ச மோகத்தில் ஆகாய மேகத்தில்
கலந்திடுவோமா ரதியே ரதியே.

கவிதை நாயகன்,,

என் கிறுக்கல் கவிதைகள் காகிதத்தை காற்றில்
பறக்கவிட்டேன்,
பல கன்னிகள் மனதை காகிதம் கட்டி கவர்ந்து
இழுக்க ,

ஒருத்தியோ என்னை நாடி வந்தாள் மனதில் காதல்
கொண்டு ,
கைகள் கோர்த்தேன் காலமெல்லாம் என் கவிதைகள்
அவள் செவியில் இசைக்கட்டுமென்று.

உனக்காக நான்,,

வீசும் காற்றில் உன் வாசம் வந்ததே நீ எங்கே
போனாய் என்னை விட்டு ஏன் தூரம் போனாய்,

தென்றலோடு தேடி வந்தேன் தொலைத்த உன்னை
காண துரத்தி வந்தேன்,

என்னை விட்டு தூரம் தூரம் செல்லாதே அதை என்
மனது என்றுமே தாங்காதே,

என் கண்கள் உன்னை காண துடிக்குதடி, நீ அருகில்
வர என் மனம் நினைக்குதடி,

அழகே அருகில் வா! நாம் இருவரும் கைகள் கோர்த்து
கொண்டு மீண்டும் காதல் செய்வோம் காலமெல்லாம்.

இணைந்ததே இரு மனம்,,

கண் எதிரே வடிவமாய் செதுக்கிய கலை அழகை
கண்ட பின்,

உணர்வின் உச்சம் மேனியில் வியர்வை உதிரமாய்
வடியுதே,

எதிரே நிற்பது எந்த வித அழகு? அள்ளி பருகவா?
இல்லை தீண்டி சீண்டவா?

அழகை நெருங்க நெருங்க கத கதவென சுவாசம்
முட்டுதே! விரல் நுனியால் அழகை சீண்டயில்
வியர்வை உதிரம் விரல் மேல் வழும்பி வழியுதே,

பட படக்கும் இரு இழகிய இதயத்திற்கு எண்ணங்கள்
தோணுதே, இது பகலா? இல்லை இரவா என்று?

கத கதப்பு களவாட தொடங்க பகலானாலும் விலகல்
வேண்டாம் இருளானாலும் விலகல் வேண்டாமென
இணைந்துவிட்டதே இரு அழகியல்.

மாத வலியே,,
மங்கையின் விதி,,

மாதம் முற்பது நாட்கள், அதில் முன்று நாட்களில் நரக
வலியோடு மங்கை வாழ்வியலை கடக்கிறாள்,

வலி கண்ட மங்கயை தீட்டு என தூரம் தள்ளி இரு
என்கிறது இந்த மடமை சமுதாயம்,

இந்த சமுதாயம் பெண்மையை தெய்வம் என்றும்
தாய்மை என்றும் ஒரு பக்கம் போற்றி வணங்குகிறது,
அதே பெண்மை மாத வலி கண்டால் தீட்டு என்கிறது,

தெய்வத்திற்கு கூட தீட்டா?இல்லை பெண்மைக்கு ஒரு
போலி பிம்பம் கட்டமைத்து வைத்திருக்கும்
எண்ணங்களில் சுய நலமா?

அடிமைக்கும் ஆசைக்கு மட்டுமா பெண்? ஆண்
வாழ்வியலில் வசந்தம் தரும் வலிமை குணமடா
பெண்.

என்று மாறுமோ? இந்த மடமை
சமுதாயம் .

நிலவே நீ எங்கே?

நிலவோடு நான் பேசி வெகு நாளாகி போனதே,

என் வாழ்வில் வெளிச்சம் மறைந்து போக இருள்
மட்டும் சூழ்ந்ததே,

தனிமையில் நான் பேசி கண்ணீரில் கதை பேசி,மனம்
தடுமாறுதே.. வாழ்க்கை தடமாறுதே,

தொலைதூர காதலை தொலைத்தேன் நானே,
அருகில் வர வரம் கேட்டேன் வராமல் போனதே,

விடைபெற்று போனதே என் வாழ்க்கை விதி மாற்றி
போனதே,

முகம் பார்த்து பேசி முடிவொன்று எடுத்தேன் , என்
முதல் முத்தம் தந்தும், இறுதியில் உன் முகவரியை
தொலைத்தேன்,

அழகிய நிலவோடு நான் பேசி வெகு நாளாகி
போனதே.

சுயநல காதல்,,

நான் இழந்ததும் என்னை விட்டு போனதும் இரவு
படுக்கையில் பேசுதே,

என் உறக்கத்தை உடைத்து உணர்வை முடக்கி
உண்மையை பேசுதே,

மனம் தத்தளிக்க தொடங்கி தனி மரமாய் நின்றேனே,
வரும் வாழ்க்கையை தொலைத்து வலிகளை
சுமந்தேனே,

மரத்த என் மனதிற்கு பெண் மல்லிகை கொடுத்த
மணம், வலி சுவாசமாய் மாறி, என் இறுதி மூச்சை
நிறுத்தியதே,

பெண் காதலும் கரைந்து சுயநலம் ஆனதே, வலி என்
மனதில் என்றும் வடுவாய் ஒரு அங்கம் ஆனதே .

என் இனிய தனிமையே,,

கவிதையே என் கவிதையே என் தனிமைக்கு
சொந்தமான வலிகள் நீ,

கனவே என் கனவே என் ஆசைக்கு சொந்தமான
நினைவுகள் நீ,

வலியே என் வலியே என் மனதிற்கு சொந்தமான
மகுடம் நீ,

கண்ணீரே என் கண்ணீரே என் கண்களுக்கு
சொந்தமான காதல் நீ,

எனக்கென எதுவும் சொந்தமில்லை என்
எண்ணங்களுக்கு உயிருமில்லை,

நான் நினைத்துதெல்லாம் நடக்காதோ? நடக்கும்
நிஜங்கள் எல்லாம் மாறாதோ?

உணர்வுகள் மட்டும் என்னுள் கொண்ட உயிர் உள்ள
ஜடம் நான்,

கடைசியில் வாழ்க்கையின் வலிகள் கூட, என் கை
கிறுக்கலுக்கு சொந்தமானதே.

தொலைந்த காதல்,,

அவள் கண்கள் பார்த்து காதல் பேசி, கடைசியில்
அவள் காதல் மட்டும் தொலைந்ததே,

என்னுள் அவள் காதல் மிச்சம் இருக்க, அவள் பேசிய
வார்த்தைகள் ரணமாய் கொல்லுதே,

உறக்கமின்றி தவிக்கிறேன், இரவு பொழுது கழிந்ததே,
விடிந்து எழுந்து என் கண்கள் பார்த்தால் கண்ணீர்
துளிகள் கரையாய் படிந்ததே,

உன்னை கட்டி அணைக்க என் கைகள் துடிக்குதே,
கண் எதிரே நீ இல்லமால் மனம் தனிமையில்
தவிக்குதே,

என் காதல் போனது, என் கண்ணீர் கவிதை ஆனது,
கடைசியில் என் இதயம் உன் நினைவோடு நின்றே
போனதே.

மறு ஜென்ம காதல்,,

என்னுள் மலர்ந்த ஆசை பெண் பூவே உன்
வருகையின் ஓசை,

என் வாழ்க்கை உன்னோடு வாழதானே
காலமெல்லாம் நான் காத்திருந்தேனே,

உன் வாழ்க்கை என்னோடு சேர தானே மறு
ஜென்மத்தில் நான் பிறந்து வந்தேனே,

என் உயிர் தேவதை நீதானே பெண்ணே, என்னோடு
வாழாதான் வருவாயா பெண்ணே?

நீ தந்த காதலில் நான் வாழ்ந்தேனே
என் காதலை உன்னுள்ளே நான் பார்த்தேனே,

என்னோடு நீ வாழும் காலங்கள் எல்லாம் உனக்காக
நான் வாழ்வேனே இந்த ஜென்மம் முழுவதும்,

மறு ஜென்மம் என்றிருந்தால் உன்னோடு மீண்டும்
வாழ்த்தான் நான் பிறப்பேனே என் உயிரே.

மனதில் ஒரு ஏக்கம்,,
தொலைவின் தாக்கம்,,

கனவுகள் அழித்து ,நினைவுகள் சுமந்து ! நிஜங்கள்
தேடி ஓடிடும் வாழ்க்கை,

நிஜங்களை அடைந்து ,நினைத்ததை முடித்து
நினைவுகளை அழித்து மீண்டும் கனவுக்குள் சென்றிட
மனதிற்கு ஆசை,

தனிமையின் தாக்கம் இன்பத்தை தொலைத்து
மனதின் ஆசையை மறக்கடிக்கிறதே ,

ஆசைகள் மட்டுமே மனதில் பதிந்து காலங்கள்
கடந்திட, தனிமை வாழ்க்கை பயணங்கள்
தொடருதே ,தொலைவின் முடிவை நோக்கி,

மனமே மனமே ஏக்கம் கொள்ளாதே!தனிமையின்
தாக்கம் உன்னை ஏதும் செய்யாதே.

மடிசாய மனதிற்கு ஆசை,,

உனை நான் பார்த்ததும் என்னை நான்
தொலைத்தேனே உன்னிடம் என்னை தேடி
திரிந்தேனே,

காதலே காதலே ஏன் வந்தாய் ! என்னுள்ளே
மாற்றத்தை ஏனடி நீ தந்தாய்,

தொலைவிலே இருந்து நீ என்னை துரத்தி வந்தாயே,
உன் அருகிலே வந்திட நான் ஏங்கி தவித்தேனே,

நான் இங்கே நீ அங்கே மாமா என்ற மெல்லிசை என்
செவியில் ஒலிக்க என் சிந்தனையெல்லாம் உன்னை
நினைக்க செய்யுதடி,

மாதம் கழியட்டும் மாமன் வருகிறேன் உன் மடியில்
சாய்ந்திட நம் நெருக்கதின் சத்தம் நான்கு சுவர்கள்
கேட்க்கட்டும்.

உணர்வலம்,,

இருள் பொழுதில் ,இமை நோக்க ,இரு மேனி உறவாடி,
செங்கோல் நீராடிட தேன் குழியில் விளையாடுதே,

ஆறடி அங்குலத்தில் ஆர்பரிக்கும் உணர்வலத்தில்
உச்சத்தில் இரு உணர்வுகள் உறவாடுதே,

சீண்டி பார்க்கையில் ,சிவந்த செங்கனியோ
சிலுக்குதே, உச்சத்தில் பாலாறு ஓடயிலே நிமிடங்கள்
கழியுதம்மா நெருக்கம் தான் விலகுதம்மா,

பொழுது விடிந்ததும் பெண் பூவின் முகபொழுவில்
புத்துணர்ச்சி வந்ததே வசந்தம் கண்டதோ? வாடாத
பெண் நிலவு.

நெஞ்சோர காதல்,,

அழகிய பூ பூத்ததே பூத்ததும் கண்கள் பார்த்ததே,
இவள் தான் அவள்ளோ என்று கண்கள் தடுமாறுதே,

இவள் தான் அவள் தான் என்று நெஞ்சோரமாய்
காதல் சொல்லுதே அவள் எதிரில் வந்தாலே மனதில்
தென்றல் புயலாய் தாக்குதே,

அது பார்வையா? அவள் பார்வையா? என்னை கடந்து
போகையில் காதல் விழி பார்வையால் என்னை
சாய்கிறாள்,

அவள் புன்னகை தானே அவள் அழகிய காதலை
சொல்லுதே, நான் அருகில் இருதால் அவள் இதழ்கள்
தருமாறுதே,

அவள் என் கண்களை கண்டால் அவள் அழகிய
வெட்கம் அவள் மனதில் காதல் சடுகுடு ஆடுதே,

காதலே காதலே கலாப காதலே என் தொலைவும்
அதில் உன் நினைவும் என் கை கிறுக்கல் படிந்த
காகித காதலே.

ஆண்மையின் குணம்,,

வாழ்க்கையில் எல்லா விதமான துன்பத்தையும்
துல்லியமாக தகர்த்தெறியும் மனோபாவம்
கொண்டவன்,

உழைப்பிற்கு உகுந்தவன் இன்பம் துன்பம்
இரண்டையும் ஒற்றை உணர்ச்சியாக கொண்டவன்,

எளிதில் கண்களில் கண்ணீரும் வடியாதே, மனதில்
தைரியமும்   கடலளவும் குறையாதே,

மாத முதல்நாள் நோக்கி காத்திருப்பபான் பத்து
நாட்கள் கழிந்த பின் வெறும் கையோடு சூழலை
தாங்கி நிற்பான்,

என்றுமே தனக்கென்று வாழாத ஒரு இனம் அதுதானே
இந்த பிரபஞ்சத்தின் ஆண் பாலினம்.

தூரோகம்,,

ஓடும் வாழ்க்கை ஓயாத கால்கள்!
சங்கடங்களின் சல சலப்புக்கு அஞ்சாத வீரிய மகுடம்
சூட்டிய மலைபோல இருந்த மனம்,

அந்த மனமோ பல துரோகத்தில் வீழ்ந்ததே, அதை
எளிதில் கடந்து விடலாம் என்று நினைக்கையில்,

கடக்க முடியாத துரோகத்தில் அல்லவா மனம்
வீழ்ந்திட, வலி கண்ட மனம் அதன் குணத்தை மாற்றி
கோவத்தில் நிறைந்து நிலையாய் நிற்க்குதே,

என் செவி நிறைய வழிந்து நிறைந்த வாய் வாக்குகள்
பொய்யா? இல்லை அதை ஏற்று உணர்வில் கலந்திட்ட
என் வாழ்க்கையே பொய்யோ?

பதில் அளிக்க துரோகி பாதகத்தி,
கழுத்தில் மஞ்சள் கயறு ஏந்தி,
வருவாளோ?
கன்னியின் கயவ காதல் .

நாணம்,,

ஆண் நாணம் கொண்டு கை விரல் நகம் கடித்து நான்
காத்திருந்த தருணம் அவள் வருகைக்காக,

பெண்மகள் வந்தாள் முழு நாணம் கொண்டு !
கண்கள் தரையை கண்டு மெல்ல அடியெடுத்து
அடியெடுத்து அருகில் வந்தாள்,

அவள் அருகில் அமர்ந்திட என் கை விரல்கள் அவள்
கன்னம் வருடிட அழகிய முகத்தில் நாணம் வழிந்து
தேகம் சூடேறுதே,

இருளின் நெருக்கம் விடியலில் முடியுமோ ?
விடிந்தாலும் தொடருமோ?

மைதான காதலில்,,
ஆக்ரோச மோதல்கள்,,

சுற்றி புல்வெளிகள் பசுமையால் சூழ, நடுவினிலே நீள
வறண்ட இடம் இருபுறமும் மூன்று கம்புகள் ஊணி
கால்தடங்கள் பதிய காத்திருக்கும்,

நண்பர்கள் கூட்டத்திலேயே இரு அணிகளாய் பிரிந்து
ஆடுகளத்தில் இறங்கி ஆட்டம் தொடங்க அமைதியாக
இருந்த மைதானம் ஆர்ப்பரிக்கும் சத்தத்துடன் சூழும்.

ஒரு அணி நூதன வெறி கொண்டு பந்து வீச, எதிர்
அணி லாபகமாக வெற்றியை நோக்கி மட்டை வீசம்,

இருபத்தியொன்று அடி இடைவெளியில் இருமுனை
ஆளுமை வீசி வீரியத்துடன் சஞ்சரிக்குமே

வாக்குவாதத்தில் தொடங்கி ஆட்டம் இறுதியில்
ஒற்றை வெற்றியில் மைதானம் விழா கோலம்
கொள்ளுமே.

பொழுதுசாய மீண்டும் நண்பர்கள் கூட்டம் சுற்றி
அமர்ந்து மைதானத்தோடு மகிழ்ந்து அன்பின்
உரையாடலில் முடியும்.
மைதான மடையர் கூட்டம்!

கதிரவ காதல்,,

நிலவுக்கு நிம்மதியா? நீ உதிக்கும் நேரத்தில்,

இருளை மறைத்து மண்ணில் வெளிச்சம் தந்த
ஆதவனே,

மண்ணில் நீரும் நிலமும் நீயின்றி மலராதோ?

காலையில் கனிவாக தோன்றி உச்சத்தில் உன்
உணர்வை தூண்டி, மாலையில் நிலவை கண்டு
வெட்கத்துடன் மறைந்து விடுகிறாய்,

உலகிற்கு உயிர் கொடுக்கும் கதிரவனுக்கும் காதலா?
விடியல் மறைத்து வெட்கத்துடன் நிலவை காதல்
செயும் கதிரவன்.

அழுகு நிலவின் மேல் கதிரவ காதல்.

பனித்துளி,,

அழகிய புல்வெளி படுக்கையில் பனித்துளி விழுகுதே,

பனித்துளி விழுகையில் அழகு புல்வெளி குளிர்ந்ததே,

புல்வெளி மேல் பனித்துளி காதல் கொள்ள மாலை
தணுப்பினில் புல்வெளி வெட்கம் கொள்ளுதே,

இருள் மட்டும் போதும் என நிலவிடம் கேட்குதே,
பகலொன்று தந்தால் மழை சாரலை எதிர் பார்க்குதே.

பனித்துளியின் காதலில்
விழுந்ததோ?
பசுமை புல்வெளி.

வளைகுடா வாழ்வியல்,,

வறண்ட பூமியில் வாழ்வியல் தேடி வந்ததென்ன

உக்கர வெய்யிலில் வாழ்வில் உச்சம் அடைய
உழைததென்ன,

பனிபொழிவில் உடல் குளிர் தாங்காமல்
வாழ்ததென்ன

பசித்தால் உண்ண நல்ல உணவு இருக்காது, ஆனால்
உழைக்க வேண்டும் என்ற எண்ணம் மனதில்
இருக்குமே,

மாதம் முதல் நாள் கையில் காசு பணம்
இருக்க,ஆனால் நல்ல உணவு அருந்த நினைத்தால்
வாங்கிய கடன் கையை அடக்குமே,

நாலு காசு சம்பாரிக்க உணர்வில் நாணம்
தொலைத்து பிழைக்கும் காலம் தான் இந்த
வளைகுடா வாழ்க்கை.

கடமைகள் ஆயரம் இருக்க, கடன் சுமையும் கூடி வர,
நாடு திரும்பினால் நஷ்டம் என எண்ணி , கடைசியில்
இந்த வறண்ட பூமியிலே வாழ்க்கை முடியுமோ?

வாடிய மனதை வெய்யிலில் வாட்டி எடுக்குதே இந்த
வறண்ட பூமி.

வறண்ட பூமியில்,,
வானிலை மாற்றம்,,

வறண்ட வாடிய பாறைக்கு வாழ்வியல் திருப்பிட
வானம் படர்ந்து கரு மேகங்கள் சூழ்ந்ததே,

சூழ்ந்த மேகங்கள் இருளை தந்து, சில்லென்று சாரல்
காற்றுடன் பாறையின் மனதை வருடி சென்றதே,

சிறு மழைத்துளி விழுகுதே மனதில் மாற்றங்கள்
தவழுதே, கண்ணீர் கண்ட பாறைக்கு காதல்
மழைச்சாரல் வீசி காதலால் ஊடலில் உருகுதே,

வெயிலில் வாடிய நான் காதல் வெட்கம் கொண்டேன்!
மழை சாரலாய் வந்து என் மனதில் கலந்தாய்,

நன்றிகள் சொல்லி நாணம் இழக்க நான் ஒன்றும் கல்
நெஞ்சகாரன் இல்லை,

அதனால் நான் உன் மேல் காதல் கொள்கிறேன், நீ
மீண்டும் மீண்டும் எனை சேருவாய் என
நம்பிக்கையுடன் உன் வாசம் உலர்ந்த பின்னும் என்
உயிர் விடாமல்,

வருடங்கள் முழுவதும் இந்த ஒருநாளை எட்டிட.

பாறையின் மனதில்,
மழை சாரலின் காதல்.

மழலை தொடங்கி,,
மணக்கோலம் வரை,,

மழலை பருவத்தில் மணலோடு விளையாடி ,
ஆற்றங்கரையோரம் அமர்ந்து நீர் ஓட்டம் கண்டு
ரசிக்க,

விடலை பருவத்தில் அரும்பு மீசை முளைக்க
தொடங்க ,ஆற்று நீரில் தத்தளித்து தம்பட்டம் அடிக்க
நீருக்குள் மூழ்கி கண்ணாமூச்சி ஆடிய காலங்கள்
கழிந்ததே,

இளமை பருவத்தில் முறுக்கிய மீசை, முகத்தில்
துளிர்விட்ட தாடி ,திமிரு குணம் நெஞ்சில் விளைய
,என் நிகர் கன்னிகள் கண்டதும் புது நாணம்
பிறந்ததே ,பேச நினைத்தால் உடல் நடுக்கம்
கண்டதே,

இளமை காலம் நகர்ந்திட ,வாழ்க்கை பொறுப்பினில்
நுழைந்திட காசோலை பின்னாலே காலங்கள்
கழிந்ததே

விரக்தியில் வாழ்க்கை பயணங்கள் நகருதே!
சற்றென்று பொன்மகள் வந்தாள் மனதில் புது
உணர்வு தந்தால், என்னி பார்த்தேன் காலங்கள்
நெருங்கியதோ? மணம் முடிக்க,

வாழ்கையின் மீதி காலம் நகரவில்லை
நிறுத்தப்பட்டதே, இரு மனம் சேர்ந்த பின்பு
நகர்த்தபடுமோ?

அறுவடை,,

தை பிறந்ததே தடைகள் உடைந்ததே,
வானம் பொழிந்திட பூமி செழிக்குதே,

விளைந்த கதிர்கள் சாய்ந்து கிடக்குதே விவசாயி
மனமோ, வேதனையில் தவிக்குதே,

நிற்காதா? இந்த தொடர் மழை பொழிவு, நிமிராதா?
சாய்ந்த செங்கதிர்,

நாளை தை விடியல் பிறக்கட்டும், எம் விவசாயி மனம்
செழிக்கட்டும்,

வானவனே உழவனை வாழ விடு, இவ்வுலகம் நாளை
பசி இன்றி வாழ்ந்திடுமே.

வறட்சியில் விவசாயி,,

தாய் பூமி நீரின்றி ஓய்ந்ததே, விளை நிலமெல்லாம்
வறண்டு காய்ந்து போகுதே,

நில தரையின் மேல் வெடிப்புகள் படர்ந்ததே, அதில்
விவசாயி வியர்வை துளிகள் நுழைந்ததே,

விளைந்ததெல்லாம் நீரின்றி தரையில் சாய்ந்து
கிடக்குதே, விளைய வைத்தவன் வயிறு வாடியே
சாகுதே,

கடன் பெற்ற கை நஷ்டத்தால் கையேந்தி நிற்குதே
அடுத்த போகம் மகசூல் விளைந்திடும் என
நம்பிக்கையில் மீண்டும் விவசாயத்தையே
தொடருதே,
வருடங்கள் மட்டுமே கழியுதே,
விவசாயி வாழ்க்கை?